விண்வெளியில் ஒரு அஞ்சலகம்

இது கவிதைகளை விண்ணுக்கு அனுப்பும் கவி ஆர்டர்

க.பிரவின் குமார்

INDIA • SINGAPORE • MALAYSIA

ISBN 979-8-89277-927-2

உள்ளடக்கம்

என்னுரை... 5

நன்றி... 7

விண்ணஞ்சல்!

கவிதையாய் ஒரு கடிதம் 11

உனக்காக! 15

தமிழ் வணக்கம் 16

கவித் தாலாட்டு! 18

ஆத்தோர ஏரலிலே! 20

வேளாண் கூறும் நல்லுலகு! 22

விழித்தெழு பெண்ணே! விழித்தெழு! 24

முழுநிலவு! 28

மௌனமே முடிவோ! 30

ஆசை ஆசையாய்....... 32

மூடி வைத்த புத்தகம்!! 35

பேசும் விழிகள்! 41

10..........9..........8.......... 43

வயலும் வாழ்வும்! 45

கானல் நீர்! 48

மறந்துபோன மனித நேயம்! 49

காதல் பக்கம்!! 55

நம்பிக்கை பக்கம்!! 56

கவி-டெக்! 57

செய்தித்தாள்! 58

முத்தச்சுவை! 59

விண்வெளியில் ஒரு அஞ்சலகம் 60

என்னுரை...

தீந்தமிழ் மீது தீராக் காதல் எனக்கு. என் தனிமை நிறைந்த நாள்களைத் தமிழும் வாசிப்பும் நிரப்பின. கவிதைகள் எழுதவும் தொடங்கினேன். ஒவ்வொரு கவிதையும் என்னுள் இருந்து வெளிப்படும் பொழுது, ஒரு புத்துணர்ச்சியும் சேர்ந்தே வெளிப்பட்டதை உணர்ந்தேன். தொகுத்த கவிதைகளைப் புத்தகமாக வெளியிட பத்தாண்டுகளுக்கு முன்பே முயற்சியெடுத்த பொழுதும் ஏனோ வசப்படவில்லை காலம். மின்னல் போன்று அவ்வப்பொழுது புத்தகம் வெளியிடும் எண்ணம் தோன்றினும்; அதே வேகத்தில் மறைந்தும் போனது! அப்படி எண்ணம் எழும்பொழுதெல்லாம் நித்திரைகளை நித்தம் தொலைத்தேன்! எனை தூங்கவிடாமல் செய்யும் கனவென்றுணர்ந்தேன். தேர்ந்தெடுத்த என் கவிதைகளை ஒரு கதை கருக்கொண்டு புத்தகமாய் வெளியிடுகிறேன். என்னுள் எழுந்த ஒரு புத்துணர்ச்சி உங்களுள்ளும் எழும் என நம்புகிறேன்! முடிந்து வைத்தக் கவிதைகளை முணுமுணுக்கிறேன் பச்சிளங்குழந்தை போல! மூடி வைத்த புத்தகம்! இதன் பக்க இதழ்களைத் திறந்து படியுங்கள்! முணுமுணுப்பும் முத்தமிழாய் முளைத்திட வழி நடத்துங்கள் வாசகர்களே!

நன்றி...

என் பள்ளியின் தமிழ் ஆசிரியர் - பிரின்ஸ் அவர்களுக்கும்
என் கல்லூரித் தமிழ்ப் பேராசிரியர் - மணிமேகலை அவர்களுக்கும்
என் கல்லூரிப் பேராசிரியர் - சாந்தி அவர்களுக்கும் (பூச்சியியல் துறை)
என் கல்லூரி சீனியர்கள்
செந்தில் முருகன்
அருண் பாண்டியன்
கார்த்திக் பாண்டியன் ஆகியோருக்கும்
பள்ளிக்கல்லூரி நண்பர்களுக்கும்
ஐ ஓ பி ஓ எ தொழிற்சங்கத்திற்கும்
திரு. பரமசிவம் - பொது மேலாளர் (ஓய்வு)
திரு. முருகன் - பொது மேலாளர் (ஓய்வு)
திரு. மோகன் - பொது மேலாளர்
திரு. தீபக் குமார் திருப்பாத்தி - உதவிப் பொது மேலாளர்
திரு. சங்கரலிங்கம் - முதன்மை மேலாளர்
திரு. ஜெயகிருஷ்ணன் - முதன்மை மேலாளர் (ஓய்வு)
திரு. வீரராகவன் - முதுநிலை மேலாளர் (ஓய்வு)
என்னுடன் பணியாற்றிய பணியாற்றும் வங்கி நண்பர்கள்!
எனை கவிதை எழுத ஊக்குவித்த பலருக்கும்
என் திலகா அக்காவிற்கும்
எல்லாவற்றிற்கும் மேலாக என் குடும்பத்தார்க்கும் என் மனமார்ந்த நன்றி!!..

விண்ணஞ்சல்!

கவிதையாய் ஒரு கடிதம்

அன்பாவி கொண்ட
அம்மாவுக்கு மகன்
எழுதும் கடிதம்!
என் பாவில் கொண்ட
அக்கரங்கள் தரும்
செய்தி என்னவென்று
சொல்கிறேன்!
முன்னஞ்சலின் முகவரி இல்லை!
பின்னஞ்சலில் பின்குறிப்பு
இல்லை!
மின்னஞ்சலுக்கு வழியோ
இல்லாததால் இதோ!!
ஒரு விண்ணஞ்சல்!
உங்களுக்காக!!

சென்னையில் நான் நலம்!
சொர்க்கத்தில் நீங்கள் நலமா?
உங்களோடு வசிப்பதாய் சொல்லி விட்டு
பிரியமா கிளம்பிய
பெரியம்மா நலமா?
வெல்கம் சொல்லிதந்த

வெள்ளைச்சட்டை தாத்தா நலமா?
மற்ற யாவரும் நலமா!
மகனும்! யானும் நலம்!

கண் இமைக்கும் நேரமாய்
கடந்துவிட்டது காலம்!
பண் இசைக்கும் பாவலராய்
கவி சமைக்கும் நானும்!
பன்னிரண்டு ஆண்டுகளில்
பற்பல மாற்றங்கள்!
வாலிபனாய் இருந்த நான்!
வாழ்க்கைத் துணையைக் கண்டுகொண்டேன்!
வாரிசையும் பெற்றுக்கொண்டேன்!

அம்மா,
நினைவிருக்கா!
மரணப் போராட்டத்தில்
மருத்துவமனையில் நீ
இருக்க,
மகனின் போராட்டத்தில்
வெற்றிச் செய்தி
சொன்னேனே!
இண்டர்வியூ ல செலெக்ட் ஆனதை
இனிப்பா சொன்னேனே!
இன்னும் நினைவிருக்கா!
மீண்டும் ஒரு இண்டர்வியூ!
மீண்டும் ஒரு செலெக்சன்!

குழம்பி போன நான்!
குழப்பம் தீர்த்த நீ!
நீ தேர்ந்தெடுத்த வேலையில்
இன்னும் இருக்கிறேன்!

யாவும் இருந்தும்!
ஆயினும் ஒரு குறை!
அம்மா, நீ இல்லாததால்!
என் தனிமைகளை
உன் நினைவுகள்
நிறைக்கின்றன!
அந்நினைவுகள்
சிந்தனைகளோடு
சிக்கிக்கொள்ளாது
சிலிர்த்துக் கொள்கின்றன
சின்னச்சின்ன கவிதைகளாய்!
சில நெடுங்கவிதைகளாய்ப்
பிறக்கின்றன!
முகவரிகள் தொலையாதவாறு
முகநூல் பதிவேறுகின்றன!

அம்மா!
சொர்க்கம்!
சொஃபஸ்டிகேட்டடா?
சோஷியல் மீடியா இருக்கா?
சோர்ந்து இருக்கயில்
இளையராஜா பாட்டு கேட்பாயா?

இந்த இளையவனின் கவிதை படிப்பியா?
இதோ உங்களுக்கான என் விண்ணஞ்சல்!
என் கவிதைகளோடு!

சோர்ந்திருக்கும்
பொழுது படியுங்கள்!
புது உலகம் புலரும்!
புத்துணர்ச்சி பிறக்கும்!

இந்த விண்ணஞ்சல்!
சென்று சேருமா!
செல்லாமல் திரும்புமா!
என்ற சந்தேகம் இல்லை!
கண்ணொளியில் கடந்து
விண்வெளியைத் தாண்டும்!
இந்த விண்ணஞ்சல்
உங்களைச் சேரும்
என எதிர்ப்பாக்கிறேன்!
வான்! -
விடை தருமா!
விம்மி அழுமா!
மம்மி..........

* * * * *

உனக்காக!

இதயத்தை
உழுதாய்!
விதைக்கச்
செய்தாய்!
நினைவை
நீராக்கி
செம்மையாய்ப்
பாய்ச்சுகிறேன்!
அறுவடைக் கவிதையாய்!
உனக்காக ஒரு விண்ணஞ்சல்!

* * * * *

கனவினை கடைந்தெடுத்து!
கரத்தினில் சிறிதெடுத்து!
அக்கரத்தில் அதை அடைத்து!
கிளவியில் தனை கடத்தி!
அடுக்கடுக்காய்! அடுத்தடுத்தாய்!
தொடுத்திடத்தான்! தொடர்ந்திடுமே
என் கவிதை!

* * * * *

தமிழ் வணக்கம்

எந்தமிழே! செந்தமிழே!
எந்தை தாய் நீ தமிழே!
எல்லொளியை உள்ளொளித்த
எங்ஙனும் வாழ் தமிழே!

வள்ளுவம் வகுத்தாயே! - அதில்
வாழ்க்கையை வடித்தாயே!
சிலம்பில் சினந்தாயே! - இனிய
நாற்பதில் இனித்தாயே!

கம்பரைக் கண்டாயே!
கடல் தாண்டும்
காவியம் கொண்டாயே!

திரிகடுகம் தீட்டினாயே!
நாலடியில் நன்னெறி ஆனாயே!
நன்னூலாய் நின்றாயே!

அகபுறமாய் நானூறு ஆனாயே!
பாரதியில் புதிதாய்!
பாரதிதாசனில் தழைத்தாயே!

ஈரழிவை
ஏற்றாயே! - இனியில்லை
எவ்வழிவும் -
என்
இளந்தமிழே!

* * * * *

கவித் தாலாட்டு!

தனிமையில்
தத்தளிக்காதே!
தமிழோடு
தவழ்ந்திடு!
என் கவியோடு
கலந்திடு!

தலையணை
தாயின்
மடியாகும்!
விசிறிகள்
தந்தையின்
விரலாகும்!

இமை இறக்கு!
இதயம் திற!
இனிமை நிறை!
இனிதாகும் இரவு!
இவற்றோடு கனவு!
மிதமான காற்று!
இதம் பாய்ச்சும்
உனக்கு!
சிறகுகள் விரித்து!
சிரமங்கள் தகர்த்து!
மேகங்கள் பறித்து!
மேடை அமைத்திடு!
நட்சத்திரங்கள்
தூவி,
மூன்றாம் பிறை
முன்னுரை எழுதும்
உன் கனவுக்கு!
நீ உறங்க
என் கவித்தாலாட்டு!

* * * * *

ஆத்தோர ஏரலிலே!

ஆத்தோர ஏரலிலே!
காத்தாட நான் நடக்க!
காதோரம் கேட்குதே!
காலை முதல்
மாலை வரை!
திங்கட்கிழமை சந்தையிலே!
வாசம் அது வீசும்!
நாசி வழி நாடும்!
மூளை முனை சேரும்!
பின்பு!
என்ன இது!
என்ன இது!
என்றும் சொல்லும்!
வாசனை இங்கு
வழி விட்டும்!
நாசியை ஏனோ
கை முட்டும்!
முகம் மலர்ந்து
ரசிக்கிறேன்!
கவிதையில்

சமைக்கிறேன்!
கவிதையாய்
ருசிக்கிறேன்!

கருவாட்டுடன்
வாசம்
வாங்கி சென்று
மீனவருக்கு
சுவாசம்
தந்தவரை!

* * * * *

வேளாண் கூறும் நல்லுலகு!

வேளாண்மை சொல்லும்
மேலான வாழ்க்கை!

மண் - பொறுமை காத்திடு!
விதை - முட்டி மோதி எழுந்திடு!
வேர் - ஆழ போ! தாழ்ந்து போகாதே!
செடி - தளிர்த்துக் கொண்டே இரு!
கொடி - படர்ந்தும் செல்!
மரம் - நிமிர்ந்து நில்!
இலை - செல்வம் சேர்! உனைக்காக்கும் பிறர்க்காக!
கிளை - பிறருக்கும் இடம் கொடு!

கனி - சுவை கொடு!

புல் - வளைந்தும் கொடு!

நீர் - பயன் கொடு!

பூச்சி - எதிரிகள் எச்சரிக்கை!

களை - கூட இருந்து குடி கெடுக்கும்!

நுண்ணுயிரி - நன்மையும் தீமையும்!

மலர்கள் - மகிழ்ச்சியை வெளிப்படுத்து!

மருந்துகள் - சமயோசித புத்தி!

அறுவடையாவது - இனிய வாழ்க்கை!

* * * * *

விழித்தெழு பெண்ணே! விழித்தெழு!

போதும் இது போதும்!
போன உயிர் போதும்!
போதும் இது போதும்!
போரும் புதிதாக
விழித்தெழு
பெண்ணே!
விழித்தெழு!

வீரம் விவேகம்
விழி இரண்டாக
வீசும் இளங்காற்று
வீறு புயலாக
விழித்தெழு
பெண்ணே!
விழித்தெழு!

கள்ளிப்பாலின்
காலம் போனது!
கருக்கலைக்கும்
காலம் ஆனது!

கருணைக்
கொலையென
கலவை பூசும்
கயவர் அழித்திட
விழித்தெழு
பெண்ணே!
விழித்தெழு!

தெரேசா அன்னை
தரிசனம் பெற்று!
இராணி ஜான்சி
ஆசி பெற்று!
இந்திரா அன்னை
இதயம் கேட்டு!

உஷா மங்கை
ஊக்கம் கேட்டு!
விழித்தெழு
பெண்ணே!
விழித்தெழு!

கருவாக உருவாக
கருவறையில் உயிராகி
கரத்தினிலே சேயாக
கவலை கலைத்து!
உலறல் உதிர்த்து!
உலகம் பார்க்க

வேண்டும் இனி வேண்டும்!
வேகம் இனி வேண்டும்!
வெறுஞ்செல்வி இனி
வேங்கைச்செல்வியாக வேண்டும்!

கால் சலங்கை தடுப்பதற்கில்லை!
கழுத்தில் ஆரம் கண்டிப்பதற்கில்லை!
அடுப்படிப் புகையிலே அழுக்கொடு
மேனியாய் அடைப்பதற்கில்லை!
விழித்தெழு
பெண்ணே!
விழித்தெழு!

கல்பனாவின்
கனவு கேள்!
முத்து அம்மையின்
மூளை கேள்!
நாச்சியம்மையின்
நல்லறம் கேள்!
ஔவையிடம்
தமிழ் கேட்டு!
விழித்தெழு
பெண்ணே!
விழித்தெழு!

விதைத்த விதைகளில்
சில விண் நோக்கி மரமாகும்!
சில விதை சிதைந்து உரமாகும்!

விண் நோக்கிய மரமானாலும்!
விதை சிதைந்த உரமானாலும்!
பெண் சமூகம்
விழித்தெழ
வழிகாட்டட்டும்!

* * * * *

முழுநிலவு!

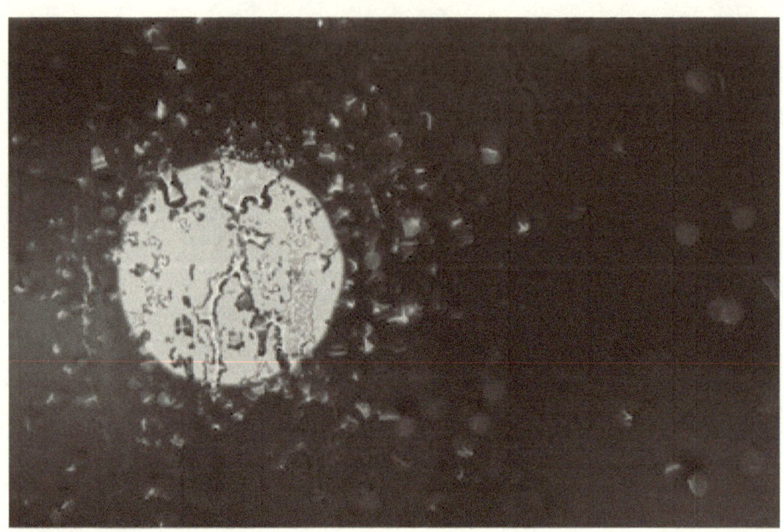

வான்வெளிக் காட்சிப்பதிவு!
பருவ பாலகன்
இரசிக்கிறேன்!

பருவ
மழை பெய்கிறது!
நனைகிறாள்
அந்த
பால்வெளிப் பெண்!
சிரித்துவிட்டேன்!

உடனே
மேகத்தைக்
கொண்டு
தன்னை
மறைத்தாள்
அந்தப்
பால்வெளிப் பெண்!
முழுநிலவு!

* * * * *

மௌனமே முடிவோ!

இதயம் இடம்
மாறிடுமோ!
இமையும்
புதிதாகிடுமோ!
இவை வலியோ
இல்லை காதலோ!
விடைகள்
கிடைத்திடுமோ!
இங்கு சொற்கள் இல்லாமல்
பொருளும்
பிறப்பதேனோ!
உன் மௌன
மொழிகளும்
புதிதாய்
பொருட்கள் படைப்பதேனோ!

நிலவே! நிலவே!
நிஜம் என்ன?
நிழல் என்ன?
வாழ்க்கையின்
வழி என்ன!
வலியா
சொல்வாயா?

நிலவே! நிலவே!
நிலை என்ன?
நிறை என்ன?
மௌனமே!
முற்றாய்!
முடிவாய்!
இருந்திடுமா?

* * * * *

ஆசை ஆசையாய்.......

காதல்! - இது
கவிதையின்
கருப்பொருள் அன்று!
உலகத்தின்
உயிர்ப் பொருள்!

அழுது பிறந்து!
அடுத்து தவழ்ந்து!
அணைக்க வளர்ந்து!
அழைக்க எழுந்து!
அகரம் கற்கும்
மழலைக் காலம்!

தெருக்களில்
தெளித்த நீர்மணம்!
வழிபேசும்!
தெளித்த தமிழ்மணம்!
மொழி பேசும்!
மழலைக் கவிபேசும்!

ஆசை! அவன் கைகளில்!
அவனும் நோக்கினான்!
அவளும் நோக்கினாள்!

- ஆசைக்கும்!
- அவன் கண்களுக்கும்!
- அவள் கண்களுக்கும்!
முக்கோணக்காதல்!
முன்பே தோன்றிற்று!

ஓட்டம் பிடித்த அவனை
துரத்திப் பிடிக்க அவள்!
ஆசை ஆசையாய்!
ஆசைக்காய்!
இருவர் கண்களும்
இணைகிறது!
ஆசையில்!

இருவர் இதழோரம்
இறங்கும் பனித்துளி!
முத்துப்பல் முயற்சியில்
ஆசைகள் இரண்டாக!

முகம் மலர்ந்த
அவள் புன்னகை!
மலராக!

காதலும் கடந்து
போகும்!
அந்த
"ஆசை சாக்லெட்"
மீதான
காதலும் கடந்து
போகும்!

* * * * *

மூடி வைத்த புத்தகம்!!

நான் புத்தகம் பேசுகிறேன்!
கன்னி கழியாத
புத்தகம் பேசுகிறேன்!
கண்கள் தழுவாத
புத்தகம் பேசுகிறேன்!
கரங்கள் தீண்டாத
புத்தகம் பேசுகிறேன்!
விரல்கள் விலக்காத
பக்கங்களோடும்!
கீறல்கள் இல்லாத
பக்கங்களோடும்!
வாசம் மாறாத
பக்கங்களோடும்!
வாசகர் சுவாசம்
வருடாத
பக்கங்களோடும்!
ஒத்த மேனி
ஒத்துப்போகும்!

தலைமுறை கதை
பேசுகிறேன்!
தலைவன் கதை
பேசுகிறேன்!
தற்கால கதை
பேசுகிறேன்!
தற்காலிக கதை
பேசுகிறேன்!
தனிமையின் கதை
பேசுகிறேன்!
தண்டனை கதை
பேசுகிறேன்!

மூடி வைக்கப்பட்ட
நான்
முணுமுணுக்கிறேன்!
பச்சிளங்குழந்தை
போல!

முதலில்
என்னை உங்கள்
கைகளில்
ஏந்துங்கள்!
நெத்தியில் - ஒரு
முத்தமிடுங்கள்!
என்னில்
பட்ட இதழ்கள்! - என்
பக்க இதழ்களைத்
திறக்கட்டும்!
என் முணுமுணுப்பும்
முத்தமிழாய்ப்
பிறக்கட்டும்!
எனை
வாசியுங்கள்!!
எனை
சுவாசியுங்கள்!!!

நான் புத்தகம் பேசுகிறேன்!!
தரணியின் கதை சொல்லட்டுமா!
தகவல் வந்ததைச் சொல்லவா!

தகவல் தந்ததைச் சொல்லவா!
தகவல் திரட்டைச் சொல்லவா!
தகவல் திருட்டைச் சொல்லவா!
தடங்கள் பதித்த
தலைவன் கதையும்!
தடங்கள் மறந்த
தலைவன் நிலையும்!
தாமாய் எழுந்த
வாழ்க்கை நிலையும்!
தமக்காய் எழுந்த
வாழ்க்கை நிலையும்!
சொல்லட்டுமா!

நான் புத்தகம்
பேசுகிறேன்!
என்னில்
வேதங்களும் உண்டு!
பேதங்களும் உண்டு!
வேடிக்கையும் உண்டு!
கேளிக்கையும் உண்டு!

எனை
அனைத்தும் உள்ள
களஞ்சியம் என்பார்!
அணைத்துக் கொள்ள
காதலும் என்பால்!

கருத்து பேசிய
காகிதப்பதிவும்!
மறுத்து பேசிய
ஓவியப்பதிவும்!

புரட்சி பேசிய
எழுச்சிப் பதிவும்!
புரட்டி வீசிய
மலர்ச்சிப் பதிவும்!

இதோ என்
தலைமுறைப் பதிவு!
உங்கள் கணக்குப்படி
நான் பிறந்தது
14ஆம் நூற்றாண்டு!
என் தலைமுறையில்
எனக்கு
------ முன்னர் இருவர்!
------ பின்னர் ஒருவர்!
முன்னர் இருவரோ!
கல்வெட்டும்!!
ஓலைச்சுவடியும்!!

பின் ஒருவரோ!
மின்வெளியில்
உலா வருகிறார்!
கிண்டிலாய் (Kindle)

* * * * *

பேசும் விழிகள்!

நீள் வட்டத்துக்குள்
வட்டமிடும் குறுகிய
என் வாழ்க்கை!
உன் துன்பத்தையும்
உன் இன்பத்தையும்
பகிர்ந்து கொள்ளும்
உற்றவன்!
உன்னுள்ளே உயர்ந்தவன்!
வார்த்தைகள் வர மறுக்கும்
இடத்திலும் வருவேன்!
--கண்ணீராய்!
--ஆனந்த கண்ணீராய்!

மனிதா!
உனக்கு இந்த
உலகத்தைக் காட்டியதற்கு
நன்றிக் கடனா?
மேலுலகம் காட்ட
என்னையும்
மேல் கொண்டு செல்வது!

உனக்குக் காட்டிய
உலகத்தைக் பிறருக்கும்
காட்ட விரும்புகிறேன்!
என்னை இங்கேயே
தந்து விடு!
தானமாய்!

* * * * *

10.........9.........8.........

விடியலில் அன்னை
தரும் குவளைப் பாலில்
வரும் குதூகலம்!
பாரதியைப் பணிந்து
பாடம் கற்க ஆவல்!
வள்ளுவமும் வரலாறும்
அறிவியலும் ஆங்கிலமுமாய்
நான்கையும் நான்கு சுவற்றுள்
அமர்ந்து கற்கத் துடிக்கிறேன்!

உணவுடன் சேர்ந்து நட்பையும்
பகிர்ந்துகொள்ள நினைக்கிறேன்!
மனதைப் பறக்கவிட்டு மகிழ்ச்சியைச்
சேகரிக்க எண்ணுகிறேன்!
உருக்குலைந்த நிலையில் குழந்தை
தொழிலாளியாய் நான்!
உதவிக் கரம் நீட்டுங்கள்!
பத்து.......ஒன்பது......எட்டு.......!
எண்ணைக் கொண்டு......!

* * * * *

வயலும் வாழ்வும்!

வயலும் தான்
எனக்கிருக்கு - என்
வயத்துக்கு கஞ்சியாச்சு!
வடக்க கெணறொன்னு - என்
வயலுக்குத் தண்ணியாச்சு!
வத்தாத கெணறது
வத்திப்போச்சுப் பாருங்க!
வயலுக்குத் தண்ணிப்பாச்ச
வழியேதும் இல்லீங்க!
கருமேகம் கூடியிருக்கு - என்
கருமாரி துணையோட
காட்டையும் நான்
உழவோட்ட
கஞ்சி தருவா
பூவாத்தா!

கருமாரி கைவிடல
கருமேகக் கருணையில
உருமாறி வந்தவளே - என்
கருமாரி தாயவளே!

பாரையும் தான்
போட்டாச்சு!
பாய்ச்சலுக்கும்
வழியாச்சு!
மக்காச்சோளம்
வெதச்சாச்சு!
வெதையுந்தான்
மொளச்சாச்சு!!

கெணறது நிரஞ்சதுல
மனசும் நிரஞ்சுடுச்சு!
பாய்ச்சலுக்கும்
தண்ணியாச்சு! - என்
பாவத்தையும்
போக்கியாச்சு!

நெஞ்சிலொரு ஓரத்துல- கிடந்த
நஞ்சையும் நசிக்கிடுச்சே!
பிஞ்சுக் குழந்தை முகத்தோட
மகிழ்ச்சிப்பூப் பூத்திடுச்சே!

இட்ட உரப் பயனால
விட்ட தண்ணி வினையால

முட்டிவரை மொளச்சாச்சு! - பயிர்
பட்டினியைப் போக்கியாச்சு!

பூவும் பூத்தாச்சு!
கருதும் உருவாச்சு!
மஞ்சப்பொடி சேரிடவே
மக்காச்சோளம் வந்தாச்சு!
அன்னமில்லா வயித்தோட
அல்லும் பகலும் உழச்சோமே!
அசலாளிக்கிட்ட கொடுக்கயிலே!
அசலேயிங்க காணோமே!

* * * * *

கானல் நீர்!

வாழ்க்கைப் பாதையில்
என் பயணம்!
பருவ தாகத்தில்
தவித்த சமயம்!
தாகம் தீர்க்க
நெருங்கிய நிமிடம்!
விலகிச் சென்றாய்
சிறிது தூரம்!
தொடர்ந்தது என் பயணம்
தாகம் தீர்க்க.............
உண்மையில் அருவாய்!
பெண்மையின் உருவாய்!
ஆண்களின் உயிர்க் குடிக்கும்
கானல் நீர் - காதல்!

* * * * *

மறந்துபோன மனித நேயம்!

நிலவில்லா நீலவானம்!
நீதி தேவதைக் கண்கள்
போல்
கட்டப்பட்ட கண்கள்!
எங்கோ
தொலைந்துபோனது
மனித நேயம்!

காரிருள் நேரத்தில்
காண் கண் ஓரத்தில்
காலத்தின்
கோலங்கள்
கோடி கோடி
இருக்கின்றன!

விழிப்புறம்!
வெளிப்புறம்!
வழிந்தோடுமா!
என் விரல் வழி
வரியாக
கவியாகுமா!

இமை இறக்கி
அணை எழுப்பி
இதயம் திறந்து
கற்றவை! பெற்றவை!
கொற்றவர் கூக்குரல்!
உற்றவர்! ஊரவர்
உரைத்ததும்
உலறலும்
இட்டதும் விட்டது!
சிந்தையிலே
சிந்தனையும்
சிந்தியது!

சிரம் சாய்ந்து
கரம் சேர்த்து
சிங்காரத் தமிழின்
சீர்க்கோர்த்துத்
தேடல்
தொடங்கியதே!
அந்த அமாவாசை
இருட்டில்
அலசிப்பார்க்கிறேன்
மனித நேயத்தை!
முன்னொரு காலத்தில்
முகவரியின்றி
மாக்களோடு

மாக்களாய்
மனிதன் திரிந்தது
ஒரு காலம்!

கல்லெடுத்து
முனைக்கொடுத்து!
விலங்கினங்கள்
பலி கொடுத்து!
வாழ்ந்தது
ஒரு காலம்!

வேரறத்து
வேளாண்
சமைத்து!
காடழித்து
நாடெடுத்தது
ஒரு காலம்!

வீடு வைத்து
வாசல் வைத்து
வாசல் முன்
கோலம் வைத்து!
எறும்புக்கு
விருந்து வைத்தது!
ஒரு காலம்!

பசுக்கள் கவர்ந்து
மாக்களைக் காத்தது
ஒரு காலம்!

வழிப்போக்கருக்கு
வாழ்விடம் தரவே
திண்ணை வைத்தது!
ஒரு காலம்!

பறவைக்கு
பசியாற்றியது!
பகைவனுக்கும்
பாசம் தந்தது!
ஒரு காலம்!

மாற்றத்தின்
மடியில்
மண்டியிட்ட
மனித நேயம்!

எதிலான மாற்றமோ!
எதனாலே மாற்றம்!

காலமாற்றத்தில்
கரைந்தும்! மறைந்தும்!
போனது
மனித நேயம்!

சாதிச் சாயம் பூசியதில்
மறந்துபோன மனிதநேயம்!

நிறத்தால்
மனிதனை
தரம் பிரித்ததில்
மறந்துபோன
மனிதநேயம்!
கருவிலே
கல்லறைக்கட்டும்
கருணையற்ற
கரையான்களால்

நாளும்
அரிக்கப்படுகிறது!
மனிதநேயம்!

நின்றுவிடவில்லை!

கொஞ்சும் நெல்மணியை!
நெஞ்சில் நிறைத்தவளும்!
பஞ்சம் அறியாமை
தஞ்சை தருவாளாம்!

கூறிடுவாள்
அந்த
தஞ்சைத் தாய்!
காவிரியைக் காணாத
கவலையை
மறந்துபோன
மனிதநேயமாய்!!!

* * * * *

காதல் பக்கம்!!

நீ முத்தமிட்ட ஈரத்தில்
வளர்கிறது
நம் காதலும்!
என் நம்பிக்கையும்!!

* * * * *

மேகக்கண்கள் ஈர்க்கிறது! -
எந்தன் மோகக்கண்களை!
பொழிகிறது!
காதல் மழை!

* * * * *

சிறு புன்னகை போதுமடி!
பெரும் இன்னல்கள் தீர்ந்ததடி!
இந்த நெருக்கம் போதுமடி!
மனதின் இறுக்கங்கள் தீர்ந்ததடி!

* * * * *

நம்பிக்கை பக்கம்!!

உனக்கான காலை இது!
உன் கனவுகளுக்கு வாய்ப்பு
தரும் காலை இது!
உன் இலட்சியங்களுக்கு
இலட்சப்பூத் தூவும் காலை இது!
உன் சவால்களை எதிர்கொள்ள
துணிச்சல் தரும் தூயக்காலை இது!
இது உன் காலைப் பொழுது!
உனக்கான காலை இது!

* * * * *

பின்னப்பட்ட வலை வாழ்க்கை!
சின்னஞ்சிறு கண்களில்!
சிக்குகள் இருக்கும்!
சிக்கல்கள் இருக்கும்!
முடிச்சுகள் இருக்கும்!
முடிவுகளும் இருக்கும்!
விலகியும் இருக்கும்!
விரிசலும் இருக்கும்!
அறுந்தும் இருக்கும்!
தள்ளிநின்று தனிமையில்
பார்த்தால் அழகாய் இருக்கும்!

* * * * *

கவி-டெக்!

சென்று வந்த லாவெண்டர் தோட்டம்!
செல்ஃபிகள் பிடித்தப்பூக் கூட்டம்!
தென்றலொடு அசைந்தாடும்
பூக்கள் சத்தம்!
பதிந்து கொண்ட செல்போன்
வாய்ஸ் ரெக்கார்டிங்!
ம்ம்ம்ம்.......
என்னே! அதன் மணம்!
மணத்தை திருப்பித்
தர மனமில்லை!
விரைந்து கூறுங்கள்!
வினோத கூகுள் சர்ச் உண்டோ!
நுகர்ந்த மணத்தை மீண்டும் நுகர!
வினோத ஸ்மார்ட் ஆப் உண்டோ!
நுகர்ந்த மணத்தை மீட்டுப் பதிய!

* * * * *

செய்தித்தாள்!

தினம் உதிக்கும் தினகரன்!
தினமும் தருகிறான் தினத்தந்தி!
படிப்பவர் படிக்கட்டும் என்று
எழுப்புகிறான் முரசொலி!
தன் தீக்கதிரில்
தினவிடியல் பலருக்கு!
தொழில் நடக்க!
தமிழ் அஞ்சல் சிலருக்கு!
கவிதை படைக்க!
தின(ம்)மணி ஆனதும்
வந்துவிடும் மாலைமலர்!
தந்துவிடும் காலை நகல்!
அன்றைய நிகழ்வுகளின் நினைவுகளாய்!!

* * * * *

முத்தச்சுவை!

கனி சுவைப்பது இயல்பு தான்!
ஆனால் உன் இதழும் சுவைதருதே!
அதுவும் அறுசுவையும் தருதே!
இனிதாய் பேசும் இதழில்
இறுக்கித் தந்த முத்தம்! - இனிப்பு!
புலம்பிப் போகும் இதழில்
புதிதாய் தந்த முத்தம் - புளிப்பு!
கடிந்து பேசிய இதழை
கடித்து தந்த முத்தம் - கார்ப்பு!
உவர்த்துப் போன இதழ் உணர்த்தும்
காதல் முத்தம்! - உவர்ப்பு!
துறுதுறுவென பேசும் இதழில்
துணிந்து கொடுத்த முத்தம்! - துவர்ப்பு!
கண்ணில் நீர் கசிந்து
நனைந்த இதழில் நான் தந்த முத்தம்! -
வாழ்க்கையிலே கசப்பு!

* * * * *

விண்வெளியில் ஒரு அஞ்சலகம்

மணி ஆர்டர் போலொரு
கவி ஆர்டர் அனுப்புகிறேன்!
விண்வெளியில் ஒரு அஞ்சலகம்
உண்டோ?
பின்கோடு போலொரு
விண்கோடு உண்டோ?
இது கற்பனையின் உச்சமன்று!
பெற்றவரைப் பிரியமானவரைப்
பிரிந்து நிற்கும் பல மனிதர்களின்
நினைவின் மிச்சம்!
விண்வெளியில் ஒரு
அஞ்சலகமிருந்தால்
விரைவஞ்சல்கள் விண்ணை
அடைந்திருக்கும்!
பதிலை எதிர்ப்பார்த்து
பதிவஞ்சல் பட்டங்கள்
விண்ணோக்கி பயணித்திருக்கும்!
இந்த விண்ணஞ்சலை அனுப்புகிறேன்!
விண்வெளியில் உள்ள ஒரு அஞ்சலகத்திற்கு!

* * * * *

www.ingramcontent.com/pod-product-compliance
Lightning Source LLC
LaVergne TN
LVHW091236150826
845673LV00003B/1159

* 9 7 9 8 8 9 2 7 7 9 2 7 2 *